ਜਿਲ ਅਤੇ ਬੀਨਸਟੌਕ

Jill and the Beanstalk

by Manju Gregory
illustrated by David Anstey

Panjabi translation by Pavitar Singh

mantra lingua

ਜੱਕ ਆਪਣੀ ਭੈਣ ਜਿਲ ਨਾਲ ਚੜ੍ਹਿਆ ਪਹਾੜ ਤੇ।
ਜੱਕ ਹੇਠਾਂ ਡਿੱਗ ਪਿਆ ਅਤੇ ਹੁਣ ਬਿਮਾਰ ਹੈ।
ਨਾ ਕੁਝ ਖਾਣ ਨੂੰ, ਉਹ ਉਦਾਸ ਹਨ,
ਜੇਕਰ ਉਨ੍ਹਾਂ ਦੇ ਬਾਪੂ ਨੂੰ ਨਾ ਹੜੱਪਿਆ ਹੁੰਦਿਆ ਦਿਓ ਨੇ।

Jack climbed a hill with his sister Jill.
Jack fell down and now he's ill.
There's nothing to eat, they're feeling sad,
If only the Giant hadn't swallowed their dad.

ਮਾਂ ਨੇ ਪੁੱਛਿਆ ਜਿਲ ਨੂੰ, " ਕੀ ਤੇਰੇ ਖਿਆਲ ਵਿਚ ਕਿਸੇ ਤਰ੍ਹਾਂ ਤੂੰ ਕਰ ਸਕਦੀ ਹੈ ਇਕੱਤਰ ਪੈਸੇ ਗਾਂ ਵੇਚ ਕੇ?"

Mum asked Jill, "Do you think somehow
You could raise money selling our cow?"

ਜਿਲ ਤੁਰੀ ਸਿਰਫ ਇਕ ਮੀਲ ਸੀ ਜੱਦ ਰਸਤੇ ਕੋਲ ਮਿਲਿਆ ਉਸ ਨੂੰ ਆਦਮੀ ਸੀ।

" ਮੇਰੇ ਇਨ੍ਹਾਂ ਬੀਨਜ਼ਾਂ ਨਾਲ ਆਪਣੀ ਗਾਂ ਬਟਾ ਲੈ," ਆਖਿਆ ਸੀ ਉਸ ਨੇ।

" ਬੀਨਜ਼ਾਂ!" ਚੀਕੀ ਜਿਲ। " ਕੀ ਤੇਰਾ ਦਿਮਾਗ ਖਰਾਬ ਹੈ?"

ਉਸ ਆਦਮੀ ਨੇ ਸਮਝਾਇਆ, " ਇਹ ਹਨ ਬੀਨਜ਼ ਜਾਦੂ ਵਾਲੇ। ਤੁਹਾਡੇ ਲਈ ਲੈ ਆਉਣਗੇ ਇਹ ਅਣਡਿੱਠੇ ਤੋਹਫੇ।"

Jill had barely walked a mile when she met a man beside a stile.
"Swap you these beans for that cow," he said.
"Beans!" cried Jill. "Are you off your head?"
The man explained, "These are magic beans.They bring you gifts you've never seen."

ਜਿਲ ਉਨ੍ਹਾਂ ਘਰ ਲੈ ਗਈ ਦਿਖਾਲਣ ਆਪਣੀ ਮਾਂ ਨੂੰ,
ਮਾਰੀ ਉਸ ਨੇ ਚੀਕ ਸੀ, " ਭੇਜਣਾ ਚਾਹੀਦਾ ਸੀ ਮੈਨੂੰ ਆਪਣੇ ਪੁਤਰ ਨੂੰ!"
ਸੁੱਟੇ ਉਸ ਨੇ ਬੀਨਜ਼ ਸਨ ਜਿਲ ਦੇ ਪੈਰਾਂ ਵਿਚ
ਅਤੇ ਭੇਜ ਦਿੱਤਾ ਉਸ ਭੁੱਖੀ ਨੂੰ ਸੌਂਣ ਲਈ।

Jill took them home to show her mum
Who cried out loud, "I should have sent my son!"
She threw the beans down at Jill's feet
And sent her to bed with nothing to eat.

ਸਵੱਖਤੀ ਸੁੱਤੀ, ਸਵੱਖਤੀ ਉਠੀ, ਤੜਕੇ ਉਠਕੇ ਹੋਈ ਜਿਲ ਬਹੁਤ ਹੈਰਾਨ ਸੀ।
ਪਹੁੰਚ ਗਿਆ ਸੀ ਅਸਮਾਨ ਤੱਕ ਇਕ ਬੀਨਸਟੌਕ ਦਾ ਵੇਲ ਬੂਟਾ।
ਗੰਦਿਲ ਨੂੰ ਪਕੜ ਕੇ, ਪੱਤਿਆਂ ਨਾਲ ਚੰਬੜ ਕੇ,
ਹਵਾ ਵਿਚ ਝੂਮਦੇ ਇਸ ਮਹਾਨ ਬੂਟੇ ਉਪਰ, ਚੜ੍ਹੀ ਗਈ ਜਿਲ ਸੀ।

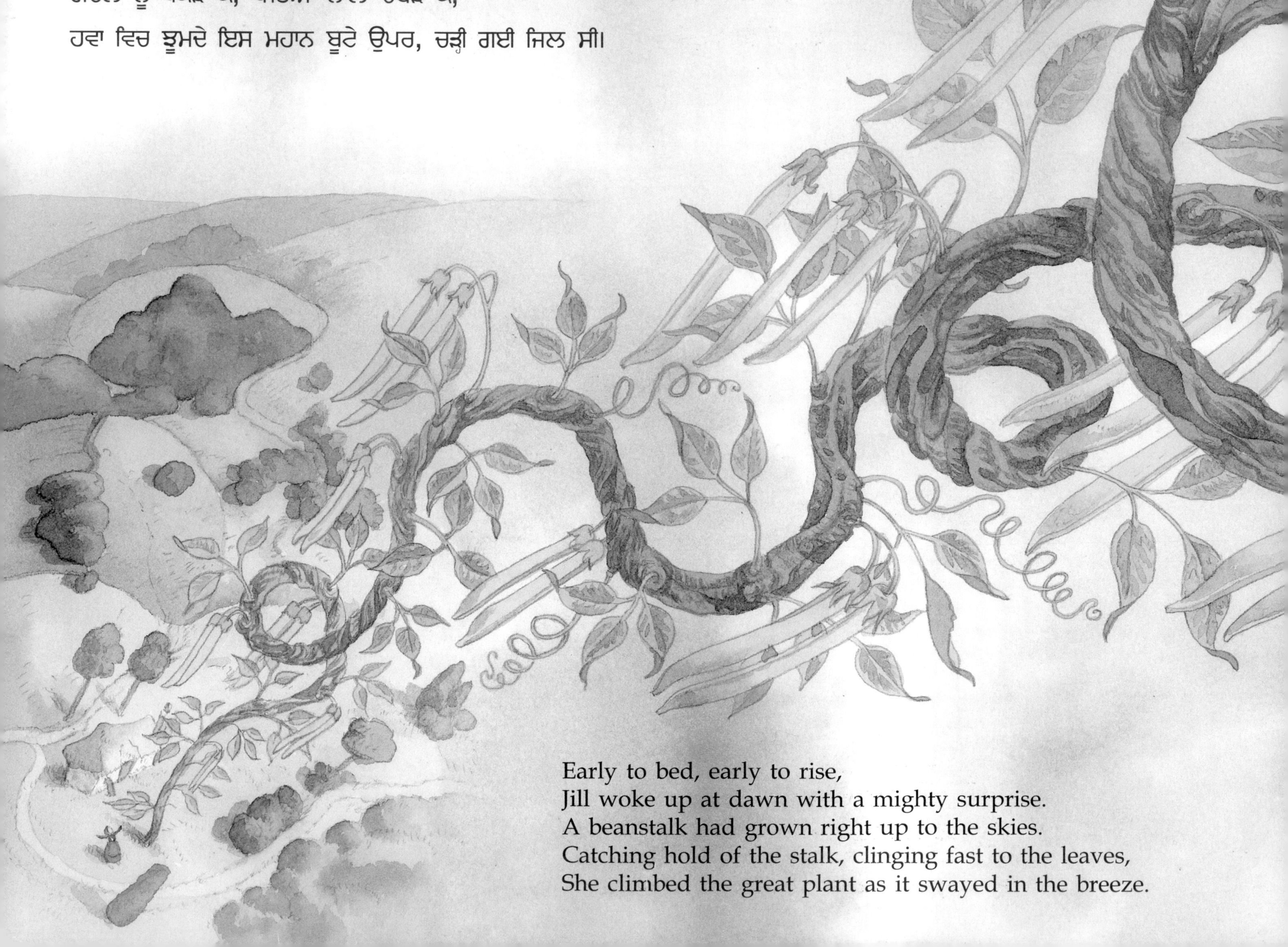

Early to bed, early to rise,
Jill woke up at dawn with a mighty surprise.
A beanstalk had grown right up to the skies.
Catching hold of the stalk, clinging fast to the leaves,
She climbed the great plant as it swayed in the breeze.

ਜਿਲ ਨੰ, ਉੱਚੀ ਅਵਾਜ਼ ਸੁਣੀ, ਸੀ ਉਸ ਦੀ ਮਾਂ ਦੀ!
“ ਇਕ ਦੱਮ ਆ ਥੱਲੇ, ਸੰਭਾਲ ਆਪਣੇ ਭਰਾ ਨੂੰ!”
ਪਰ ਜਿਲ ਉਤਾਂਹ ਚੜਦੀ ਰਹੀ, ਨਾ ਉਹ ਰੁੱਕੀ ਸੀ,
ਸਾਰੀ ਵਾਟ ਉਪਰ ਨੂੰ, ਟੀਸੀ ਉਪਰ ਪਹੁੰਚੀ ਸੀ।

Jill heard a shout, it was her mother!
“Come down at once, look after your brother!”
But Jill just kept on climbing, she didn’t stop,
All the way upwards, right to the top.

ਉਸ ਨੇ ਬੀਨਸਟੌਕ ਤੋਂ ਮਾਰੀ ਛਾਲ ਸੀ, ਅਤੇ ਸੁਣੀ ਉਸ ਨੂੰ ਰੋਣ ਦੀ ਉੱਚੀ ਅਵਾਜ਼ ਸੀ।
ਛੋਟੀ ਇਕ ਕੁੜੀ ਰੋਂਦੀ ਨੇ ਆਖਿਆ, " ਉਹ ਮੇਰੀਆਂ ਭੇਡਾਂ ਕਿੱਥੇ ਹਨ?
ਮੇਰੀ ਸੁੱਤੀ ਪਈ ਤੇ ਉਹ ਤੁਰ ਗਈਆਂ ਕਿੱਤੇ ਹਨ।"
" ਮੈਂ ਕਿੱਥੇ ਹਾਂ?" ਪੁੱਛਿਆ ਜਿਲ ਨੇ।

She leapt off the beanstalk, and heard a loud weep.
A little girl cried, "Oh, where are my sheep?
They've wandered away while I was asleep."
"Where am I?" asked Jill.

“ ਤੁਸੀਂ ਹੋ ਉਸ ਥਾਂ ਤੇ ਜਿਥੇ ਰਹਿੰਦਾ ਹੈ ਦਿਓ।
ਕੀ ਤੁਸੀਂ ਆਏ ਹੋ ਲੈਣ ਬਦਲਾ ਜਾਂ ਦੇਣੀ ਮਾਫੀ?
ਖੂੰਡੇ ਮੇਰੇ ਦੇ ਇਕ ਹਿਚਕੋਲੇ ਨਾਲ ਕਰੋ ਫੈਸਲਾ ਆਪਣੀ ਕਿਸਮਤ ਦਾ,
ਉਤਰੋਂ ਹੇਠਾਂ ਬੀਨਸਟੌਕ ਤੋਂ ਜਾਂ ਚੜੋ ਦਿਓ ਦੇ ਗੇਟ ਤੇ?”

“You’re in the land where the Giant lives.
Did you come to avenge or come to forgive?
With a wave of my crook now choose your fate,
Back down the beanstalk or onto the Giant’s Gate?”

ਜਿਲ ਹੋਈ ਖੜੀ ਦਿਓ ਦੇ ਘਰ ਬਾਹਰ ਸੀ

ਬਹੁਤ ਛੋਟੀ ਮਹਿਸੂਸ ਕਰਦੀ ਕੰਬਦੀ ਚੂਹੇ ਵਾਂਗ ਸੀ।

ਖੜੀ ਕੋਲ ਇਕ ਅਨੋਖੀ ਬੁੱਢੀ ਸੀ,

ਅਕਾਸ਼ ਵਿਚੋਂ ਝਾੜ ਰਹੀ ਉਹ ਜਾਲਾ ਸੀ।

" ਛੋਟੀ ਕੁੜੀ, ਤੂੰ ਆਈ ਏਥੇ ਕਿਉਂ ਹੈ? ਕਿਉਂ, ਓ ਕਿਉਂ?"

Jill stood in front of the Giant's house
Feeling tiny and scared like a quivering mouse.
A strange old woman was standing by,
Brushing cobwebs out of the sky.
"Little girl, why are you here? Why, oh why?"

ਉਸ ਦੀ ਬੋਲਦੀ ਤੇ ਕੰਬਣ ਲੱਗੀ ਜਮੀਨ ਸੀ, ਬੋਲੇ ਕਰਨ ਵਾਲੀ ਜਿਸ ਦੀ ਜਬਰਦਸਤ ਭੁਚਾਲ ਵਰਗੀ ਅਵਾਜ਼ ਸੀ।
ਆਖਿਆ ਉਸ ਬੁੱਢੀ ਨੇ, “ ਜਲਦੀ, ਭੱਜ ਅੰਦਰ ਨੂੰ। ਥਾਂ ਸਿਰਫ ਇੱਕੋ ਹੋਲੁੱਕ ਜਾਂ ਤੂੰ ਭੱਠੀ ਵਿਚ!
ਸਾਹ ਤੂੰ ਬੰਦ ਕਰ, ਹੌਕਾ ਵੀ ਇਕ ਲੈ ਨਾ, ਬਰਫ ਵਾਂਗ ਚੁੱਪ ਰਹਿ, ਜੇ ਚਾਹੁੰਦੀ ਨਹੀਂ ਤੂੰ ਮਰਨਾ।”

As she spoke the ground began to shake, with a deafening sound like a mighty earthquake.
The woman said, “Quick run inside. There's only one place…in the oven you'll hide!
Take barely one breath, don't utter a sigh, stay silent as snow, if you don't want to die.”

ਭੱਠੀ ਵਿਚ ਸੂੰਘੜ ਕੇ ਜਿਲ ਬੈਠ ਗਈ। ਕੀ ਕੀਤਾ ਸੀ ਉਸ ਨੇ? ਚਾਹੁੰਦੀ ਸੀ ਉਹ ਕਿ ਹੋਵੇ ਘਰ ਆਪਣੀ ਮਾਂ ਕੋਲ।
ਦਿਓ ਬੋਲਿਆ, “ ਫੀ, ਫਾਈ, ਫੋ, ਫੁੱਮ। ਆਉਂਦੀ ਹੈ ਮਹਿਕ ਮੈਨੂੰ ਖ਼ੂਨ ਸੰਸਾਰੀ ਇਕ ਬੰਦੇ ਦੀ।”
“ ਪਤੀ, ਆਉਂਦੀ ਸਿਰਫ ਤੈਨੂੰ ਮਹਿਕ ਹੈ ਪਾਈ ਵਿਚ ਰਾੜੀਆਂ ਮੇਰੀਆਂ ਚਿੜੀਆਂ ਦਾ ਸਾਰੀਆਂ ਚੌਵੀ ਡਿਗੀਆਂ ਅਸਮਾਨ ਵਿਚੋਂ।”

Jill crouched in the oven. What had she done? How she wished she were home with her mum.
The Giant spoke, “Fee, fi, faw, fum. I smell the blood of an earthly man.”
“Husband, you smell only the birds I baked in a pie. All four and twenty dropped out of the sky.”

ਦਿਓ ਗੁੱਸੇ ਵਿਚ ਬੋਲਿਆ, " ਮੇਰਾ ਕੋਈ ਇਰਾਦਾ ਨਹੀਂ
ਤੇਰਾ ਸਵਾਦ ਖਾਣਾ ਖਾਣ ਦਾ।
ਪਤਨੀ, ਮੈਨੂੰ ਖਾਣ ਦੀ ਲੋੜ ਹੈ। ਜਾ ਕੇ ਰਸੋਈ ਵਿਚੋਂ ਮਾਸ ਲਿਆ ਤੂੰ ਮੇਰੇ ਲਈ!"
ਭੱਠੀ ਦੇ ਦਰਵਾਜੇ ਦੇ ਵਿਹਲ ਵਿਚੋਂ ਦੀ, ਦੇਖਿਆ ਜਿਲ ਨੇ ਜੰਗਲੀ ਸੂਰ ਨਿਗਲ ਦੇ ਦਿਓ ਨੂੰ।

The Giant bawled, "I have no wish to even try your dainty dish.
Wife, I need to eat. Go to the kitchen and fetch me my meat!"
From a gap in the oven door, Jill watched the Giant devour a wild boar.

ਦਿਓ ਪਿੱਛੇ ਹੋ ਕੇ ਬੈਠ ਗਿਆ, ਉਹ ਖੁਸ਼ ਨਹੀਂ ਸੀ।
ਉਹ ਗੁੱਸੇ ਵਿਚ ਬੋਲਿਆ, " ਲਿਆ ਕੇ ਦੇ ਮੈਨੂੰ ਮੇਰੀ ਹੰਸਣੀ, ਅਤੇ ਕਰ ਜਲਦੀ।"
" ਹੰਸਣੀ ਪੈਦਾ ਕਰ!" ਆਖਦਿਆ ਉਸ ਨੇ ਕੀਤੀਆਂ ਅੱਖ ਬੰਦ ਸਨ।
ਦਿੱਤਾ ਉਸ ਨੇ ਚਮਕਦਾ ਸਨਿਹਰੀ ਆਂਡਾ, ਕਰ ਦਿੱਤਾ ਜਿਲ ਨੂੰ ਹੈਰਾਨ ਸੀ।
ਦਿਓ ਨੇ ਕੀਤਾ ਬਹੁਤ ਸ਼ੁਗਲ ਸੀ,
ਸੋਨੇ ਦੇ ਪੱਕੇ ਆਂਡੇ ਕੱਲੇ ਕੱਲੇ ਗਿਣ ਕੇ।
ਫਿਰ ਉਹ ਸੌਂ ਗਿਆ ਅਤੇ ਮਾਰਨ ਲੱਗਾ ਘਰਾੜੇ
ਆਵਾਜ਼ ਸੀ ਉਸ ਦੀ ਜਬਰਦਸਤ ਸ਼ੇਰ ਦੀ ਗਰਜ ਵਰਗੀ!

The Giant sat back, he wasn't happy.
He bellowed: "Get me my goose,
and make it snappy."
Saying, "Goose deliver," he closed his eyes.
It lay a bright golden egg,
much to Jill's surprise.
The Giant had a lot of fun,
Counting solid gold eggs one by one.
Then he fell asleep and started to snore
Sounding just like a mighty lion's roar!

Mum

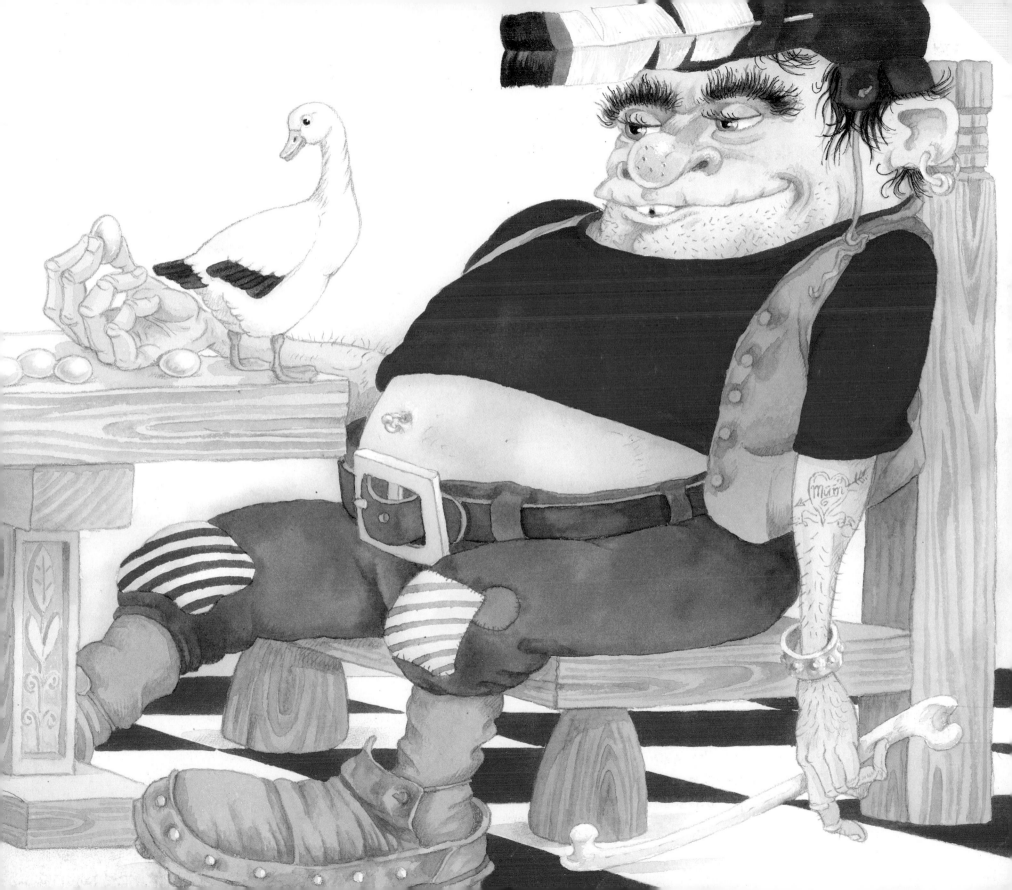

ਜਿਲ ਨੂੰ ਪਤਾ ਸੀ ਕਿ ਉਹ ਦਿਓ ਦੇ ਸੁੱਤੇ ਹੁੰਦਿਆ ਉਹ ਸਕਦੀ ਸੀ ਭੱਜ,
ਸੋ ਧਿਆਨ ਨਾਲ ਨਿੱਕਲੀ ਉਹ ਭੱਠੀ ਵਿਚੋਂ ਬਾਹਰ ਸੀ।
ਫਿਰ ਉਸ ਨੂੰ ਆ ਗਿਆ ਯਾਦ ਸੀ ਕਿ ਉਸ ਦੇ ਯਾਰ ਟੌਮ ਨੇ, ਕੀ ਕੀਤਾ ਸੀ,
ਚੋਰੀ ਕਰਕੇ ਸੂਰ ਉਹ ਭੱਜ ਗਿਆ ਸੀ। ਪੱਕੜ ਕੇ ਹੰਸਣੀ ਨੂੰ, ਭੱਜੀ ਅਤੇ ਭੱਜੀ।
“ ਮੈਨੂੰ ਪਹੁੰਚਣਾ ਚਾਹੀਦਾ ਹੈ ਬੀਨਸਟੌਕ ਕੋਲ ਜਲਦੀ ਤੋਂ ਜਲਦੀ।”

Jill knew she could escape while the Giant slept.
So carefully out of the oven she crept.
Then she remembered what her friend, Tom, had done.
Stole a pig and away he'd run.
Grabbing the goose, she ran and ran.
“I must get to that beanstalk as fast as I can.”

ਉੱਚੀ ਬੋਲਦੀ ਉਹ, " ਮੈਂ ਆ ਗਈ ਵਾਪਸ!"
ਗੰਦਲ ਤੋਂ ਹੇਠਾਂ ਖਿਸਕ ਆਈ ਸੀ। ਅਤੇ ਘਰ ਵਿਚੋਂ
ਨਿਕਲੇ ਮਾਂ ਅਤੇ ਜੱਕ ਸਨ।

She slid down the stalk shouting, "I'm back!"
And out of the house came mother and Jack.

“ ਮੈਂ ਅਤੇ ਤੇਰਾ ਭਰਾ ਬਹੁਤ ਫਿਕਰਮੰਦ ਸੀ। ਅਕਾਸ਼ ਤਕ ਤੂੰ ਉਹ ਗੰਦਲ ਕਿਸ ਤਰ੍ਹਾਂ ਚੜੀ ਸੀ?”
“ ਪਰ ਮਾਂ,” ਜਿਲ ਨੇ ਆਖਿਆ, “ ਮੇਰਾ ਹੋਇਆ ਕੋਈ ਨੁਕਸਾਨ ਨਹੀਂ। ਅਤੇ ਤੱਕੋ ਕੀ ਹੈ ਮੇਰੇ ਕੋਲ ਮੇਰੀ ਕੱਛ ਹੇਠਾਂ।”
“ ਹੰਸਣੀ ਪੈਦਾ ਕਰ,” ਜਿਲ ਨੇ ਉਹੋ ਸ਼ਬਦ ਦੁਹਰਾਏ ਜਿਹੜੇ ਦਿਓ ਨੇ ਕਹੇ ਸਨ।
ਅਤੇ ਇਕਦਮ ਹੰਸਣੀ ਦਿੱਤਾ ਚਮਕਦਾ ਸੁਨਿਹਰੀ ਅੰਡਾ ਸੀ।

“We’ve been worried sick, your brother and I. How could you climb that great stalk to the sky?”
“But Mum,” Jill said, “I came to no harm. And look what I have under my arm.”
“Goose deliver,” Jill repeated the words that the Giant had said,
And the goose instantly laid a bright golden egg.

ਜਿਲ ਦੀ ਦਿਓ ਦੇ ਵਾੜੇ ਵਿਚ ਫੈਰੀ ਨੇ ਉਸ ਦੇ ਪਰਵਾਰ ਨੂੰ ਬਚਾਇਆ ਸੀ ਭੁੱਖ ਅਤੇ ਨਿਰਾਸ਼ਤਾ ਤੋਂ।

Jill's visit to the Giant's lair kept her family from hunger and despair.

ਜੱਕ ਕਰ ਰਿਹਾ ਸੀ ਈਰਖਾ ਆਪਣੀ ਭੈਣ ਜਿਲ ਦੇ ਨਾਲ।
ਸੋਚਦਾ ਸੀ ਉਹ ਕਿ ਜੇ ਮੈਂ ਚੜਿਆ ਹੁੰਦਾ ਪਹਾੜੀ ਦੀ ਥਾਂ ਬੀਨਸਟੌਕ ਤੇ।
ਜੱਕ ਫੜਾ ਮਾਰਦਾ ਅਤੇ ਕਹਿੰਦਾ ਸੀ ਕਈ ਵਾਰੀ
ਜੇ ਦਿਓ ਆਉਂਦਾ ਮੇਰੇ ਸਾਹਮਣੇ ਤਾਂ ਮੈਂ ਵੱਢ ਦਿੰਦਾ ਉਹਦਾ ਸਿਰ।

Jack couldn't help feeling envious of his sister Jill.
He wished he'd climbed a beanstalk instead of a hill.
Jack boasted a lot and often said
If he'd met the Giant he would've chopped off his head.

ਗੰਦਲ ਚੜਨੋ ਵਰਜਿਆ ਸੀ ਉਨ੍ਹਾਂ ਦੀ ਮਾਂ ਨੇ
ਪਰ ਜਿਲ ਅੱਕ ਗਈ ਸੀ ਜੱਕ ਦੀਆਂ ਵਿਹਲੀਆਂ ਗੱਲਾਂ ਤੋਂ।
ਇਕ ਦਿਨ, ਹੁਸ਼ਿਆਰ ਭੇਸ ਵਿਚ ਚੜ ਗਈ ਬੀਨਸਟੌਕ ਉਪਰ ਜਿਲ ਸੀ
ਅਤੇ ਪਹੁੰਚ ਗਈ ਅਸਮਾਨ ਵਿਚ।

Their mother had warned them not to climb that stalk
But Jill was fed up with Jack's idle talk.
One day, in clever disguise, Jill climbed up the beanstalk
And reached the skies.

ਬਜ਼ੁਰਗ ਇਸਤਰੀ ਬੈਠੀ ਕੋਲ ਦਿਲਗੀਰ ਸੀ,
ਦਿਓ ਉਸ ਨਾਲ ਕਰਦਾ ਬਹੁਤ ਭੈੜਾ ਵਿਹਾਰ ਸੀ।
ਦਿਨੋ ਦਿਨ ਹੋਈ ਜਾਂਦਾ ਉਹ ਜ਼ਿਆਦਾ ਬੁਰਾ ਸੀ,
ਹੰਸਣੀ ਉਸ ਦੀ ਜਿਸ ਦਿਨ ਦੀ ਚੁਰਾਈ ਸੀ।

The old woman sat by the gate looking sad,
The evil Giant treated her bad, very bad.
He'd become more gruesome by the day,
Since his goose had been stolen away.

ਦਿਓ ਦੀ ਪਤਨੀ ਨੇ ਨਾ ਪਛਾਣਿਆ ਜਿਲ ਨੂੰ,
ਪਰ ਉਸ ਨੇ ਸੁਣ ਲਈ ਸੀ ਪਹਾੜੀ ਹੇਠਾਂ ਨੂੰ ਆ ਰਹੀ ਗੜਗੱਜਣੇ ਕਦਮਾਂ ਦੀ ਅਵਾਜ਼ ਸੀ।
" ਦਿਓ!" ਉਹ ਚੀਕੀ। " ਜੇ ਉਸ ਨੇ ਹੁਣ ਤੇਰਾ ਖ਼ੂਨ ਸੁੰਘ ਲਿਆ, ਤਾਂ ਉਹ ਮਾਰੇਗਾ ਜ਼ਰੂਰ।"

The Giant's wife didn't recognise Jill,
But she heard the sound of thundering footsteps coming down the hill.
"The Giant!" she cried. "If he smells your blood now, he's sure to kill."

" ਹਿਕਰੀ ਡਿੱਕਰੀ ਡੌਕ!
ਜਲਦੀ ਜਾ ਕੇ ਲੁਕ ਜਾ ਕਲੌਕ ਵਿਚ!"

"Hickory dickory dock,
Quick, go hide in the clock!"

“ ਫੀ, ਫਾਈ, ਫੋ, ਫੁੱਮ। ਆਉਂਦਾ ਹੈ ਮਹਿਕ ਮੈਨੂੰ ਖ਼ੂੰਨ ਸੰਸਾਰੀ ਇਕ ਬੰਦੇ ਦਾ।
ਬੇਸ਼ਕ ਹੋਵੇ ਉਹ ਜੀਉਂਦਾ ਬੇਸ਼ਕ ਹੋਵੇ ਮਰਿਆ, ਵੱਢ ਦਊ ਮੈਂ ਉਸ ਦਾ ਸਿਰ,” ਆਖਿਆ ਦਿਓ ਨੇ।
“ ਤੈਨੂੰ ਆਉਂਦਾ ਹੈ ਮਹਿਕ ਮੇਰੇ ਤਾਜ਼ੇ ਬਣਾਏ ਟਾਰਟਾਂ ਦਾ, ਮੈਂ ਲਿਆ ਸੀ ਇਹ ਨੁਸਖਾ ਦਿਲਾਂ ਦੀ ਰਾਣੀ ਤੋਂ।”
“ ਪਤਨੀ, ਮੈਨੂੰ ਖਾਣ ਦੀ ਲੋੜ ਹੈ। ਜਾ ਕੇ ਰਸੋਈ
ਵਿਚੋਂ ਮਾਸ ਲਿਆ ਤੂੰ ਮੇਰੇ ਲਈ!”

“Fe fi faw fum, I smell the blood of an earthly man.
Let him be alive or let him be dead, I’ll chop off his head,” the Giant said.
“You smell only my freshly baked tarts, I borrowed a recipe from the Queen of Hearts.”
“I’m a Giant, wife, I need to eat. Go to the kitchen and get me my meat.”

ਪਹਿਲਾਂ ਵਾਂਗ ਹੜੱਪਣ ਲੱਗਾ ਦਿਓ ਜਾਨਵਰ ਨੂੰ।
ਪੂਰੇ ਘੰਟੇ ਤੋਂ ਬਾਅਦ, ਫਿਰ ਮੰਗਿਆ ਸੀ ਫਿਰ ਉਸ ਨੇ ਹੋਰ।
ਉਸ ਦੀ ਪਤਨੀ ਨੇ ਲਿਆਂਦੀ ਅੰਦਰ ਹਾਰਪ ਸੀ,
ਸਾਰੀਆਂ ਚੀਜ਼ਾਂ ਵਿਚੋਂ ਉਤਮ ਇਕ ਚੀਜ਼ ਸੀ, ਬਣੀ ਖਾਲਸ ਸੋਨੇ ਦੀ ਇਕ ਸੌਂ ਤਾਰਾਂ ਦੀ।
ਦਿਓ ਚੀਕਿਆਂ “ ਵਜਾਉ!” ਉਹ ਅੱਕਿਆ ਹੋਇਆ ਸੀ।
ਹਾਰਪ ਇਕਦਮ ਆਪਣੇ ਆਪ ਵੱਜਣ ਲੱਗ ਪਈ।

The Giant gorged on beast as before.
One full hour passed by, then he called for more.
His wife brought in a harp, the most magnificent of things,
Made out of pure gold with a hundred strings.
The Giant yelled: “Play,” he was feeling bored.
The harp instantly played of its own accord.

ਲੋਰੀ ਐਨੀ ਮਿੱਠੀ ਅਤੇ ਸ਼ਾਂਤਮਈ, ਡੁਲੱਕਦਾ ਦਿਓ ਸੌਂ ਗਿਆ।

ਜਿਲ ਚਾਹੁੰਦੀ ਸੀ ਉਸ ਹਾਰਪ ਨੂੰ ਜਿਹੜੀ ਵੱਜਦੀ ਸੀ ਛੋਹ ਤੋਂ ਵਗੈਰ। ਚਾਹੁੰਦੀ ਸੀ ਉਹ ਉਸ ਨੂੰ ਬਹੁਤ ਜ਼ਿਆਦਾ।

ਡਰਦੀ ਡਰਦੀ ਉਹ ਨਿਕਲੀ ਕਲੌਕ ਵਿਚੋਂ ਅਤੇ ਦਿਓ ਦੇ ਸੁੱਤਿਆਂ ਪਕੜ ਲਈ ਹਾਰਪ ਸੋਨੇ ਦੀ।

A lullaby so calm and sweet, the lumbering Giant fell fast asleep.
Jill wanted the harp that played without touch. She wanted it so very much!
Out of the clock she nervously crept, and grabbed the harp of gold whilst the Giant slept.

ਤੁਰ ਪਈ ਜਿਲ ਬੀਨਸਟੌਕ ਵਲ ਨੂੰ, ਘੁੰਮਦੇ ਘੁੰਮਦੇ ਕੁੱਤੇ ਉਪਰ ਦੀ ਲੜਖੜਾ ਗਈ ਸੀ।
ਜਿਸ ਵੇਲੇ ਹਾਰਪ ਚੀਕੀਂ " ਮ੍ਹਾਲਕ! ਮਾਲਕ!" ਉੱਠ ਖੜਿਆ ਦਿਓ, ਉਠ ਕੇ ਭੱਜਿਆ ਉਸ ਦੇ ਮਗਰ ਸੀ।
ਪਤਾ ਇਹ ਜਿਲ ਨੂੰ ਸੀ ਕਿ ਭੱਜਣਾ ਉਸ ਨੂੰ ਤੇਜ਼ ਤੋਂ ਤੇਜ਼ ਪਵੇਗਾ।

To the beanstalk Jill was bound, tripping over a dog, running round and round.
When the harp cried out: "MASTER! MASTER!" The Giant awoke, got up and ran after.
Jill knew she would have to run faster and faster.

ਦਿਓ ਚੀਕਿਆ, " ਤੇਰਾ ਖਿਆਲ ਹੈ ਤੂੰ ਸਕਦੀ ਹੈ ਭੱਜ!
ਦੇਖ ਕੀ ਹੋਇਆ ਟੌਮ ਨੂੰ ਸੀ, ਬੰਸਰੀ ਵਾਦਕ ਦੇ ਪੁੱਤਰ ਨੂੰ!"
ਹਾਰਪ ਨੂੰ ਪਕੜਦੀ ਹੋਈ, ਜਿਲ ਭੱਜੀ ਤੇ ਭੱਜੀ,
" ਮੈਨੂੰ ਪਹੁੰਚਣਾ ਚਾਹੀਦਾ ਹੈ ਉਸ ਬੀਨਸਟੌਕ ਕੌਲ ਜਲਦੀ ਤੋਂ ਜਲਦੀ।"

The Giant howled, "So you think you can run!
Look what happened to Tom, the piper's son!"
Holding onto the harp, Jill ran and ran,
"I must get to that beanstalk as fast as I can."

ਉਹ ਗੰਦਲ ਤੇ ਹੇਠਾਂ ਨੂੰ ਖਿਸਕ ਗਈ, ਹਾਰਪ ਚੀਕੀਂ " ਮਾਲਕ!"

ਜਬਰਦਸਤ ਬਦਸ਼ਕਲ ਦਿਓ ਆਇਆ ਮਗਰ ਗੜਗੱਜਦਾ।

ਲੱਕੜੀਆਂ ਕੱਟਣ ਵਾਲੀ ਕੁਹਾੜੀ ਪਕੜ ਲਈ ਜਿਲ ਨੇ

ਅਤੇ ਜਲਦੀ ਤੋਂ ਜਲਦੀ ਵੱਢ ਦਿੱਤਾ ਉਸ ਨੇ ਬੀਨਸਟੌਕ ਨੂੰ।

She slid down the stalk, the harp cried: "MASTER!"
The great ugly Giant came thundering after.
Jill grabbed the axe for cutting wood
And hacked down the beanstalk as fast as she could.

ਦਿਓ ਦੇ ਹਰ ਇਕ ਕਦਮ ਨਾਲ ਗੰਦਲ ਸੀ ਗੜਗੜਾਉਂਦੀ। ਜਿਲ ਦੀ ਕੁਹਾੜੀ ਦੇ ਵਾਰ ਨੇ ਸੁੱਟ ਦਿੱਤਾ ਦਿਓ ਨੂੰ।
ਹੇਠਾਂ, ਹੇਠਾਂ ਨੂੰ ਡਿੱਗ ਪਿਆ ਦਿਓ ਸੀ!
ਜੱਕ, ਜਿਲ ਅਤੇ ਮਾਂ ਨੇ ਤੱਕਿਆ ਹੈਰਾਨੀ ਨਾਲ, ਜਿਸ ਵੇਲੇ ਦਿਓ ਧੜੱਮ ਕਰਦਾ ਡਿੱਗਿਆ, ਦਸ ਫੁੱਟ ਹੇਠਾਂ।

Each Giant's step caused the stalk to rumble. Jill's hack of the axe caused the Giant to tumble.
Down down the Giant plunged!
Jack, Jill and mum watched in wonder, as the giant CRASHED, ten feet under.

ਜੱਕ, ਜਿਲ ਅਤੇ ਉਨ੍ਹਾਂ ਦੀ ਮਾਂ ਹੁਣ ਬਤੀਤ ਕਰਦੇ ਹਨ ਆਪਣੇ ਦਿਨ,
ਉਹ ਗੀਤ ਅਤੇ ਕਵਿਤਾਵਾਂ ਗਾਉਂਦੇ ਜਿਹੜੇ ਵਜਾਉਂਦੀ ਹੈ ਸੁਨਿਹਰੀ ਹਾਰਪ।

Jack, Jill and their mother now spend their days,
Singing songs and rhymes that the golden harp plays.

British Library Cataloguing-in-Publication Data:
a catalogue record for this book is available
from the British Library.

First published 2004 by Mantra
5 Alexandra Grove, London N12 8NU, UK
www.mantralingua.com